ദീപക്കിന്റെ ദീപാവലി

Deepak's Diwali

Divya Karwal
Illustrated by Doreen Lang

Malayalam translation
by Mary Ann Abraham

Mantra Lingua

ദീപാവലിയുടെ തലേദിവസം രാത്രി, മുത്തശ്ശി ദീപക്കിനു ശ്രീരാമൻെറയും അദ്ദേഹത്തിൻെറ പത്നി സീതയുടെയും കഥ പറഞ്ഞു കൊടുത്തു. രാക്ഷസരാജാവായ രാവണനെ കുറിച്ചും എങ്ങനെ രാവണൻ സീതയെ തട്ടികൊണ്ടു പോയെന്നതും മുത്തശ്ശി വിവരിച്ചു.

The night before Diwali, Dadi told Deepak the story of Rama, and his wife, Sita. Dadi described the demon king, Ravana, and how he stole Sita away.

“പത്തു തലയും ഇരുപതു ജ്വലിക്കുന്ന കണ്ണുകളുമുള്ള രാവണൻ,” മുത്തശ്ശി പതുങ്ങിയ സ്വരത്തിൽ തുടർന്നു. ഇതു കേട്ടു പേടിച്ചു ദീപക് പുതപ്പിന്നുള്ളിൽ ഒളിച്ചു.

“Ravana, with his ten heads and twenty flashing eyes,” Dadi continued, in a hushed voice. Deepak hid under the covers.

പിറ്റേദിവസം പ്രാതലിൻെറ സമയത്തും ദീപക്കിനു മുത്തശ്ശിയുടെ കഥയെ കുറിച്ചു തന്നെയായിരുന്നു ചിന്ത.
ഇതു കണ്ടു ദീപക്കിൻെറ അച്ഛൻ സമാധാനിപ്പിക്കാനായി പറഞ്ഞു,
"വിഷമിക്കേണ്ട ദീപക് നിനക്കറിയാമോ രാമനും അദ്ദേഹത്തിൻെറ സുഹൃത്ത് ഹനുമാൻ എന്ന വാനരസേനനും കൂടി ഒടുവിൽ രാവണനെ തോൽപ്പിക്കും."

At breakfast, Deepak couldn't stop thinking about the story.
"Stop worrying, Deepak," said Dad. "You know Rama and his friend Hanuman, the monkey warrior, beat Ravana in the end."

ഇതു കേട്ടപ്പോൾ ദീപക്കിനു കുറച്ചു ആശ്വാസമായി. പക്ഷെ അന്നു വൈകുന്നേരത്തെ ആഘോഷത്തിനു അച്ഛനു പൂത്തിരികളോ പടക്കങ്ങളോ ഒന്നും വാങ്ങാൻ സാധിച്ചില്ല എന്നറിഞ്ഞപ്പോൾ വീണ്ടും വിഷമം ആയി. ദീപക്കിനു ദീപാവലിയുടെ ഏറ്റവും ഇഷ്ടപ്പെട്ട ഭാഗം പൂത്തിരികൾ കത്തിക്കുന്നതായിരുന്നു.

Deepak felt a bit better, until Dad told him that he hadn't been able to buy any sparklers for the party that evening. Sparklers were Deepak's favourite part of Diwali.

“എന്തു പറ്റി ദീപക്?” സ്കൂളിൽ പോകുന്ന വഴി ദീപക്കിൻെറ ഉറ്റ ചങ്ങാതി ടിം ദീപക്കിനോടു ചോദിച്ചു.
“ഏറ്റവും മോശം ദീപാവലിയാണു ഇത്തവണത്തേതു,” ദീപക് നെടുവീർപ്പെട്ടു.
“അച്ഛനു പൂത്തിരികൾ കിട്ടിയില്ല, അലങ്കാര വിളക്കുകൾ ആണെങ്കിൽ കത്തുന്നുമില്ല, അതും പോരാഞ്ഞു,” അവൻ നേർത്ത സ്വരത്തിൽ തുടർന്നു, “എനിക്കു തോന്നുന്നതു രാക്ഷസരാജാവ് രാവണൻ എൻെറ പുറകെയാണെന്നാണു.”

“What’s wrong Deepak?” asked his best friend, Tim, on the way to school.
“It’s the worst Diwali *ever*,” Deepak sighed. “Dad couldn’t get any sparklers, the fairy lights aren’t working and, even worse,” he whispered, “I think Ravana, the demon king, is after me.”

ടിം ചിരിക്കാതിരിക്കാൻ പാടുപ്പെടുന്നതുകണ്ടപ്പോൾ ദീപക് പറഞ്ഞു “ഇതു തമാശയല്ല. രാവണൻ ഇവിടെയുണ്ട്.”
പക്ഷെ അവർ തിരിഞ്ഞു നോക്കിയപ്പോൾ ആരെയും കാണാൻ സാധിച്ചില്ല.
“വരൂ കുട്ടികളെ, ഇല്ലെങ്കിൽ നമ്മൾ നേരം വൈകും,” അമ്മ പറഞ്ഞു.

“It’s not funny,” said Deepak, as Tim tried to keep a straight face. “He’s just there.” But when they looked over their shoulders they couldn’t see anything.
“Come on boys, we’ll be late,” said Mum.

“ഇപ്പോഴും രാവണൻ നിന്നെ പിൻതുടരുന്നുണ്ടോ?” ചിരിച്ചു കൊണ്ടു ടിം ചോദിച്ചു.
“എനിക്കയാളെ കാണാൻ കഴിയുന്നില്ല,” ദീപക് തിരിഞ്ഞു നോക്കിയിട്ടു പറഞ്ഞു.
ദീപക്കിൻെറ വിചിത്രമായ കഥകൾ ടിം ധാരാളം കേട്ടിട്ടുള്ളതാണ്. പക്ഷെ ഇത്തവണ ദീപക് അസ്വസ്ഥനാണു എന്നു കണ്ടു ടിം പറഞ്ഞു, “നീ വിഷമിക്കേണ്ട ദീപക്, എൻെറ വീട്ടീൽ ഗൈ ഫൗക്സ് രാത്രിക്കു വേണ്ടി ധാരാളം പടക്കങ്ങളും പൂത്തിരികളും വാങ്ങി വെച്ചിട്ടുണ്ട്. നിനക്കു വേണമെങ്കിൽ അതിൽ നിന്നും കുറച്ചു തരാം.”

“Is Ravana still chasing you?” said Tim, smiling.
“I can’t see him,” said Deepak, looking over his shoulder.
Tim was used to Deepak’s wild stories, but he could see he was upset. “Don’t worry Deepak, we’ve got lots of sparklers ready for Guy Fawkes Night, you can borrow some if you like.”

ഇതു കേട്ടു സന്തോഷവാനായി ദീപക് പറഞ്ഞു. “നന്ദി ടിം. ഈ വർഷത്തെ സ്കൂൾ പാർട്ടിക്കു ഏറ്റവും നല്ല വേഷം നിനക്കു ഉണ്ടാക്കി തരാൻ ഞാൻ അമ്മയോടു പറയാം. ഞാൻ കടൽക്കള്ളനായിട്ടാണു വേഷമിടാൻ പോകുന്നതു.” ദീപക്കിനു തൻെറ അമ്മ ഉണ്ടാക്കുന്ന വേഷങ്ങളെ കുറിച്ചു വളരെ മതിപ്പായിരുന്നു.
“നീ ആരായാണു വേഷം കെട്ടുന്നതു?”
“ഞാൻ റോബിൻഹുഡ് ആകാനാണു ആലോചിക്കുന്നതു,” ടിം പറഞ്ഞു.

“Thanks, Tim,” said Deepak. “I’ll ask Mum to make you the best costume ever for the school party this year. I’m going as a pirate.” Deepak was proud of his mum’s costumes. “Who are you going to be?”
“I think I’ll be Robin Hood,” said Tim.

വീട്ടിലേക്കു പോകുന്ന വഴി രാവണൻെറ പൊടി പോലും ദീപക്കിനു കാണാനായില്ല. വീട്ടിൽ എത്തിയപ്പോഴാകട്ടെ വാതിൽ പടിക്കലുള്ള മനോഹരമായ രംഗോളി കോലങ്ങൾ കണ്ടു കടന്നു പോകുമ്പോൾ രാവണനെ കുറിച്ചുള്ള ചിന്തകൾ അവൻെറ മനസ്സിൽ നിന്നും ഏകദേശം മാഞ്ഞു പോയിരുന്നു. അവനും അമ്മയും കൂടി അതിഥികളെ വരവേൽക്കാനായി തലേദിവസം രാത്രി ഉണ്ടാക്കിയതാണു ഈ കോലങ്ങൾ.

There was no sign of Ravana on Deepak's way home, and he had nearly forgotten about him as he stepped carefully over the beautiful Rangoli patterns on his doorstep. He and Mum had made them the night before to welcome the guests.

വാതിൽപ്പടിയിൽ ദീപക്കിന്റെ പേരിലുള്ള മൂന്നു വർണ്ണമനോഹരമായ കവറുകൾ അവൻ കണ്ടു. അവന്റെ അപ്പൂപ്പനും അമ്മൂമ്മയും കസിൻസും ഇന്ത്യയിൽ നിന്നും അയച്ച ദീപാവലി കാർഡുകൾ ആയിരുന്നു അവ.

On the doormat, Deepak found three colourful envelopes addressed to him. They were Diwali cards from Nani and Nana and his cousins, sent all the way from India.

അടുക്കളയിൽ നിന്നുമുള്ള കൊതിയൂറുന്ന വിഭവങ്ങളുടെ മണമടിച്ചു ദീപക്കിൻെറ വായിൽ വെള്ളമൂറി. ദീപക്കിനു ഏറ്റവും ഇഷ്ടമുള്ള സമൂസയും മഞ്ഞനിറത്തിലുള്ള ലഡ്ഡുവും എല്ലാം ഉണ്ടായിരുന്നു.
“അച്ഛാ, അമ്മേ,” ലഡ്ഡുവിനു വേണ്ടി കൈ നീട്ടിക്കൊണ്ടു ദീപക് വിളിച്ചു.
“നിൽക്കൂ,” അമ്മ പറഞ്ഞു, “ഇന്നു വൈകുന്നേരം ദൈവങ്ങൾക്കു കാഴ്ചവച്ചിട്ടു മാത്രമേ ഈ ലഡ്ഡുകൾ കഴിക്കുവാൻ പാടുള്ളൂ. ഇപ്പോഴത്തേക്കു ഒരു സാൻഡ്‌വിച് കഴിക്കൂ.”

The delicious smells coming from the kitchen made Deepak's mouth water. There were samosas and yellow sweet balls called ladoos, Deepak's favourite.
“Hi Mum, hi Dadi,” said Deepak, as he reached for a ladoo.
“Hold on!” said Mum. “We can't eat these ladoos before we offer them to the gods this evening. Have a sandwich for now.”

ടിമ്മിനേയും അവന്റെ അച്ഛനേയും വൈകുന്നേരത്തെ ആഘോഷങ്ങളിലേക്കു ക്ഷണിക്കാൻ ദീപക് അച്ഛനോടും അമ്മയോടും അനുവാദം ചോദിച്ചു. ടിം പടക്കങ്ങളും പൂത്തിരികളും കൊണ്ടുവരുന്നതിനെ കുറിച്ചും അവൻ പറഞ്ഞു.
“അപ്പോൾ ഇത്തവണ നമുക്കു അധികം പൂത്തിരികൾ കാണുമല്ലോ,” അച്ഛൻ കള്ളകണ്ണിട്ടു പറഞ്ഞു. “ഇന്നു രാത്രിയിൽ കത്തിക്കാൻ നമുക്കു പുതിയ വിളക്കുകളും ഉണ്ട്.”
അപ്പോൾ കാര്യങ്ങൾ അത്ര മോശമാവില്ല എന്നോർത്തു ദീപക്കിനു സന്തോഷമായി.

Deepak asked if Tim and his dad could spend the evening with them and explained about the sparklers.
“You'll have extra sparklers this year,” said Dad with a wink. “And we've got some new fairy lights for tonight.”
Perhaps things wouldn't be so bad after all.

ദീപക് ഉടൻ വേഷം മാറ്റി പൈജാമയും കുർത്തയും ധരിച്ചു അച്ഛനേയും അമ്മയേയും തിരിവിളക്കുകൾ തയ്യാറാക്കാൻ സഹായിച്ചു. അവർ എല്ലാ ജന്നൽപടികളിലും മുൻവാതിലിലും ഓരോ വിളക്കുകൾ കത്തിച്ചു. പക്ഷേ അവ അണഞ്ഞു പൊയ്ക്കൊണ്ടേയിരുന്നു.

Deepak quickly changed into the traditional Kurta-Paijama, and helped Mum and Dadi prepare the oil lamps. They put one on every windowsill and at the front door. But the lamps kept blowing out.

“ഇതു രാവണൻെറ പണിയാണ്!” ദീപക് പറഞ്ഞു.
“അല്ല ദീപക്, അതു കാറ്റുള്ള രാത്രി ആയതു കൊണ്ടാണു,” അമ്മ ദീപക്കിനെ സമാധാനിപ്പിച്ചു. “നമുക്കു വാതിലുകളും ജന്നലുകളും തുറന്നിടാം. അപ്പോൾ ലക്ഷ്മിദേവി ദുരാത്മാക്കളെ ഒക്കെ അകറ്റി നിർത്തിക്കോളും. നീ ഇനി വിഷമിക്കേണ്ട.”

“It’s Ravana!” said Deepak.
“It’s just a windy night, Deepak,” said Mum. “We’ll leave the doors and windows open for goddess Lakshmi to keep bad spirits away, so no more worrying!”

വൈകാതെ പ്രാർത്ഥിക്കാനുള്ള സമയമായി. രാമലക്ഷ്മണ സഹോദരൻമാർ, സീത, ഹനുമാൻ എന്നിവരുടെ ചിത്രത്തിനു മുൻപിൽ അമ്മ വിളക്കു കൊളുത്തി. എന്നിട്ടു കുറച്ചു വെള്ളം ചേർത്തു ചുവന്ന തിലകം ഉണ്ടാക്കി എല്ലാവരുടെയും നെറ്റിയിൽ ഐശ്വര്യം കൈവരുവാൻ അതു തൊട്ടു കൊടുത്തു.

Soon it was time to pray. Mum lit a lamp in front of a picture of Rama, his brother, Lakshman, Sita, and Hanuman. She prepared the tika by mixing special red powder with a few drops of water. She then carefully put a tika on everyone's forehead for good luck.

കുടുംബസമേതം അവർ ദൈവങ്ങൾക്കു ലഡ്ഡു കാഴ്ചവച്ചു. എന്നിട്ടു ആരതി പാടി അവർ ശ്രീരാമനെ പുകഴ്ത്തുകയും സന്തോഷത്താലും സമാധാനത്താലും എല്ലാവരെയും അനുഗ്രഹിക്കുന്നതിനു അദ്ദേഹത്തിനു നന്ദി പറയുകയും ചെയ്തു. ഇത്രയുമായപ്പോൾ ദീപക്കിനു അവൻെറ കൊതി അടക്കാനായില്ല. ഒരു ലഡ്ഡു എടുത്തു അവൻ അകത്താക്കി.

The family offered ladoos to the gods. Then they sang an Aarti praising Rama and thanking him for blessing everyone with happiness and peace. Deepak couldn't resist any more and gobbled down one of the delicious sweets.

“നമുക്കു അപ്പൂപ്പനെയും അമ്മൂമ്മയെയും വിളിക്കാം,” അച്ഛൻ പറഞ്ഞു. “ഇന്ത്യയിൽ ഇപ്പോൾ അർദ്ധരാത്രി ആകാറായി, എന്നാലും അവർ ഉണർന്നിരിക്കുന്നുണ്ടാവും.”

“Let’s call Nani and Nana,” suggested Dad. “It’s nearly midnight in India but they’re staying up especially.”

“അപ്പൂപ്പാ, ദീപാവലി ആശംസകൾ! അമ്മൂമ്മേ, ദീപാവലി ആശംസകൾ!”
“നിനക്കും ആശംസകൾ മോനെ,” അവർ മറുപടി പറഞ്ഞു. എന്നിട്ടു വരും വർഷത്തേക്കു എല്ലാ സന്തോഷങ്ങളും അവർ ദീപക്കിനു നേർന്നു. ദീപക്കിനു അവരെ കാണണമെന്നു തോന്നി. ഡിസംബറിൽ അവർ ഇന്ത്യ സന്ദർശിക്കുമെന്നു അമ്മ അവനു വാക്കു കൊടുത്തു.
ആ സമയം വീടിൻെറ കോളിംഗ് ബെൽ മുഴങ്ങി.

“Happy Diwali, Nani! Happy Diwali, Nana!”
“And to you, Beta,” his grandparents replied and they wished him happiness for the year ahead. Deepak missed them, but Mum promised that they would visit India in December.
Just then the doorbell rang.

“ദീപാവലി ആശംസകൾ!” എന്നു പറഞ്ഞെത്തിയ അമ്മാവനേയും അമ്മായിയേയും അവരുടെ മകൾ താരയേയും ഹാളിൽ വെച്ചു എല്ലാവരും ആശ്ലേഷിച്ചു. ഒരു പെട്ടി ക്രീം നിറവും ഡയമണ്ട് ആകൃതിയുമുള്ള മുകളിൽ സിൽവർ പേപ്പർ കൊണ്ടു അലങ്കരിച്ച മിഠായികൾ അമ്മായി കൊണ്ടുവന്നു.
ടിമ്മും വന്നു. അവനും അവൻെറ അച്ഛനും ഒരു ബാഗു നിറയെ പൂത്തിരികൾ കൊണ്ടുവന്നു. അവ പൊട്ടുന്നതും കത്തുന്നതും കാണാൻ ദീപക്കിനു തിടുക്കമായി.

“Happy Diwali!” said Aunty and Uncle and cousin Tara, and everyone hugged in the hall. Aunty brought a box of cream coloured sweets, shaped like diamonds with silver paper on top. Tim came too. He and his dad brought a bag full of sparklers. Deepak couldn’t wait to set them crackling and fizzing.

ഭക്ഷണം അതിരുചികരമായിരുന്നു. പ്ലേറ്റുകൾ നിറയെ കടലക്കറി, പനീർ കറി, പൂരി, പുലാവ്, സ്വാദിഷ്ടമായ ഹൽവ എന്നിവ ഉണ്ടായിരുന്നു.
"എനിക്കു തോന്നുന്നത് ഇന്നു രാത്രി രാവണൻ പ്രതികാരം ചെയ്യാൻ വരുമെന്നാണു," ദീപക് കളിവാക്കു പറഞ്ഞു. "ഇന്നു അയാൾ സീതയെ നഷ്ടപ്പെട്ടതിൻെറ പകരമായി താരയെ തട്ടിക്കൊണ്ടുപോകും."
"അയാൾ ശ്രമിക്കുന്നതു ഞാനൊന്നു കാണട്ടെ," താര നിർഭയം പറഞ്ഞു.
"ദീപക്! നീ നിൻെറ കസിനെ പേടിപ്പിക്കുന്നത് നിർത്തൂ," അമ്മ പറഞ്ഞു.
"എനിക്കു പേടിയില്ല!" താര പറഞ്ഞു, "ഞാൻ അയാളുടെ പത്തു തലയും വെട്ടിക്കളയും."
"രാവണനു താരയെ എന്തെങ്കിലും ചെയ്യാൻ സാധിക്കുമെന്ന് എനിക്കു തോന്നുന്നില്ല," താരയുടെ അച്ഛൻ ചിരിച്ചുകൊണ്ടു പറഞ്ഞു.

The meal was delicious, with platefuls of chickpea curry, paneer, fried puree bread, mounds of cumin rice and yummy halwa pudding.
"I think Ravana is going to take his revenge tonight," Deepak teased. "I think he's going to steal Tara to make up for losing Sita."
"I'd like to see him try," said Tara fiercely.
"Deepak! Stop trying to frighten your cousin," said Mum.
"I'm not scared!" said Tara, "I'd chop all ten of his heads off."
"I don't think he'd stand much of a chance against Tara," laughed her dad.

ഭക്ഷണം കഴിഞ്ഞു ദീപാവലിക്കു ദീപങ്ങൾ തെളിയിക്കുന്നതിൻെറ പ്രസക്തി അമ്മ അവർക്കു വിവരിച്ചു കൊടുത്തു.
“രാമനും ഹനുമാനും സീതയെ രാവണൻെറ അടുത്തു നിന്നും രക്ഷിച്ചു കൊണ്ടുവന്നപ്പോൾ, ജനങ്ങൾ ദീപക് അഥവാ ദീപങ്ങൾ എന്നു വിളിക്കുന്ന കളിമൺ വിളക്കുകൾ കത്തിച്ച് തിന്മയുടെ മേലുള്ള നന്മയുടെ ജയത്തെ ആഘോഷിച്ചു.”
“അപ്പോൾ എൻെറ പേരിൻെറ അർത്ഥം ആഘോഷം എന്നാണു,” ദീപക് വലിയ ഗമയിൽ പറഞ്ഞു.
“അതേ, അല്ലെങ്കിൽ വെറും കളിമണ്ണ് എന്നും അർത്ഥമുണ്ട്,” താര പറയുന്നത് കേട്ടു ടിം ചിരിച്ചു.
“വരൂ കുട്ടികളെ, പൂത്തിരി കത്തിക്കാൻ സമയമായി!” അച്ചൻ പൂന്തോട്ടത്തിൽ നിന്നും വിളിച്ചു.

After dinner, Mum explained why people light lamps at Diwali. “When Rama and Hanuman rescued Sita from Ravana, the people burned clay lamps, called deepaks, to celebrate the triumph of good over evil.”
“So my name means celebration,” said Deepak proudly.
“Yes, or just a lump of clay,” said Tara, making Tim laugh.
“C’mon kids, it’s time for sparklers!” Dad called from the garden.

ഇരുട്ടത്തു പൂത്തിരികൾ കത്തിയപ്പോൾ ഹനുമാൻ രാവണനുമായി യുദ്ധം ചെയ്യുന്നത് തങ്ങൾക്കു കാണാമെന്നതു ദീപക്കിനും ടിമ്മിനും താരക്കും ഉറപ്പായിരുന്നു.

As their sparklers sputtered and crackled in the dark, Deepak, Tim and Tara were sure they could see Hanuman fighting Ravana.

“ഹനുമാൻ മുന്നേറൂ!” അവർ ആർത്തുവിളിച്ചു.
“നമുക്കും ഹനുമാനെ സഹായിക്കാം!” താര പറഞ്ഞു. അവർ പൂത്തിരികൾ കത്തിച്ചു കൊണ്ട് രാത്രിയെ ആക്രമിച്ചു.

“C’mon Hanuman!” they all yelled.
“Let’s help!” cried Tara, as they twirled their sparklers, attacking the night.

യുദ്ധം കഴിഞ്ഞു ക്ഷീണം തീർക്കാൻ വിജേതാക്കൾ ലഡ്ഡുവും ബർഫിയും കഴിച്ചു. അപ്പോഴേക്കും വീട്ടിൽ പോകാൻ സമയമായി. ടിമ്മിനു റോബിൻ ഹുഡിൻെറ ഒരു വേഷം ഉണ്ടാക്കി കൊടുക്കാമോയെന്നു ദീപക് അമ്മയോടു ചോദിച്ചു. പക്ഷേ ടിം വേണ്ട എന്നു തലയാട്ടി.

After the battle, the victors had ladoos and burfis to warm themselves up, and then it was time to go home. Deepak asked Mum if she would make a Robin Hood costume for Tim, but Tim shook his head.

“എനിക്കു റോബിൻ ഹുഡ് ആകണമെന്നു ഇപ്പോൾ തോന്നുന്നില്ല,” അവൻ പറഞ്ഞു.

“ശരി ടിം,” അമ്മ പറഞ്ഞു, “നിനക്കു ഇഷ്ടമുള്ള ഏതു വേഷവും ഞാൻ ഉണ്ടാക്കി തരാം. നിനക്കു ആരാവണം എന്ന് എന്നെ ഒന്നു അറിയിച്ചാൽ മതി.”

“I’m not sure I want to be Robin Hood now,” he said.

“Well Tim,” said Mum, “I can make any costume you like. Just let me know who you want to be.”

“ഞാൻ ഹനുമാൻ, വാനരസേനൻ!” ടിം പറഞ്ഞു.
“ഞാൻ രാമനും!” ദീപക് ചിരിച്ചു.

“I’m Hanuman, the monkey warrior!” said Tim.
“And I am Rama!” laughed Deepak.

Glossary

Lakshmi

Beta

Dadi

Burfi

Tika

Ladoos

Kaju Katri

Nani

Rangoli patterns

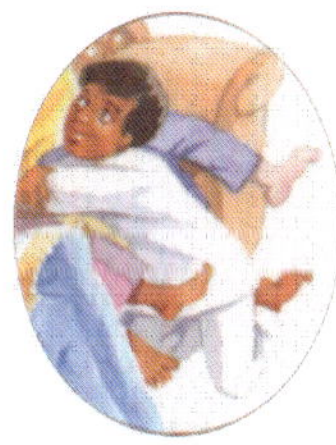
Kurta-paijama

Samosa

Nana

Divas

Aarti

Recipes

Mango Lassi

Ingredients

175ml yogurt
150ml milk
1 peeled chopped mango
1 tablespoon sugar
1 tablespoon honey
8 ice cubes
A little ground cardamom or some chopped pistachio nuts (if you like)

Method

1. Put all the ingredients in a blender and blend for two minutes or until smooth. If you don't have a blender you can use a whisk and add the ice later.
2. Strain through a sieve to remove any large ice chunks and big pieces of mango.
3. Pour into glasses and serve with a dusting of ground cardamom or pistachio nuts.

Halwa

Ingredients

100g sugar
200g water
2 tablespoons unsalted butter
300g carrots, grated
300ml full fat milk
½ tsp powdered cardamom
1 tablespoon of cashew nuts, chopped finely

Method

1. Mix the sugar with double the quantity of water in a heavy saucepan and bring to the boil.
2. Reduce heat and cook until the syrup has thickened slightly. Take off the heat and set aside.
3. In the meantime, heat the butter in a heavy-bottomed saucepan and add the carrots, stirring occasionally to prevent them from sticking.
4. After 5 minutes add the sugary syrup and stir until blended.
5. Pour in the milk, reduce the heat and cook until the carrots are mushy, the milk has been soaked up, and the mixture has turned brown.
6. Take off the heat, mix in the cardamom, and serve warm, decorated with the nuts. Halwa is delicious served with plain yogurt or vanilla ice-cream.

Cooking equipment can be dangerous, so make sure you are always with an adult when preparing food.

Kheer

Ingredients *Method*

Ladoos

Ingredients *Method*

Story

Rangoli Patterns

Here are some Rangoli patterns, like the ones that Deepak made for his house. You can find some special grid paper on our website, *www.mantralingua.com*, so that you can copy these or make your own patterns.